Hadithi za Kikwetu

AF149355

Masagisa na Zimwi

Mbilikimo

na vinginevyo .... vinginevyo vingi

Masagisa na Zimwi Mbilikimo

Bitugi Matundura

PHOENIX PUBLISHERS, NAIROBI

Kimetolewa mara ya kwanza mnamo 2007
Kimetolewa upya tena mnamo 2018 na
Phoenix Publishers Ltd. ,
Mellow Heights, Ngara Road,
S. L. P. 30474-00100,
Nairobi, Kenya.

ISBN 9966 47 142 1

Chapa: 2007, 2018

Kimepigwa chapa na:
Modern Lithographic (K) Limited,
S. L. P. 52810-00200,
Nairobi, Kenya.

Yaliyomo

Tabaruku

Kwa kumbukizi ya

Marehemu Dkt. Geoffrey William Griffin

na

Marehemu Yusuf M. King'ala.

1

Tatizo la kijiji cha Nabukenge

Karibu na msitu wa Mukogodo, wilayani Laikipia, kulikuwa na kijiji kilichoitwa Nabukenge. Kijiji hicho hakipo hivi leo, ingawa hadithi kukihusu ingali yasimuliwa na baadhi ya wazee.

Wakazi wa kijiji hicho walijulikana sana kwa bidii zao za mchwa katika kila walilofanya ili kujichumia riziki. Wengi wao walikuwa wakulima. Wengine walikuwa wawindaji ilihali wachache walizoea kukusanya matunda. Msitu wa Mukogodo ulikuwa na matunda aina nyingi.

Hata hivyo, shughuli za kilimo miongoni mwa wanakijiji hao zilitatizwa mara kwa mara na wanyama mwitu. Wanyama hao walishambulia mimea yao ya vyakula miaka nenda miaka rudi.

Tumbili, pamoja na wenzao nyani na ndovu, walikuwa kwenye msitari wa mbele katika kuwahangaisha wanakijiji wakulima. Waliwaongoza wanyama wengine kutekeleza uharibifu mashambani. Ni kama kwamba wanyama hao walipanga njama kutopumzika hadi wahakikishe kilimo kimekomeshwa.

Mwaka baada ya mwingine, wanakijiji cha Nabukenge walifanya juhudi za kukabiliana na wanyama hao. Waliamini sana usemi wa wahenga kwamba usipoziba ufa utajenga ukuta. Lakini jitihada zao zilielekea kushindwa. Wanyama hao walikaidi mitego na sanamu zilizowekwa mashambani kuwanasa na kuwatisha. Wakagundua jinsi ya kuikwepa mitego. Nazo sanamu zikawa haziwatishi hata kidogo. Wakulima wengi walishangazwa walipogundua kuwa baadhi ya tumbili wakorofi walichuma mahindi na kuyala huku wakibarizi juu ya sanamu zilizotengenezwa kuwaogofya.

Hatimaye walikata tamaa. Waliagana na shughuli za kilimo, na badala yake kuanza kutegemea uwindaji na ukusanyaji wa matunda kutoka kwenye msitu wa Mukogodo. Miongoni mwa wanakijiji hawa walikuwa ni Lokinyangi na mkewe Arma. Kulazimishwa kuuacha ukulima lilikuwa pigo kubwa juu ya tatizo lao la miaka mingi. Walikuwa bado kujaliwa kumpata mtoto.

Kama kwamba adhabu ya wanyamapori haikuwatosha, wanakijiji wa Nabukenge walikuwa na tatizo jingine kubwa zaidi. Katika msitu walimokwenda kukusanya matunda mlikuwa na mazimwi waliowahangaisha sana. Mara kwa mara, wawindaji na wakusanyaji matunda waliozuru msituni kufanya shughuli zao walitoweka kabisa. Wale waliobahatika walirudi kijijini wakiwa na majeraha mabaya.

Hali hii iliwaweka wakazi wa Nabukenge katika njia panda. Kukomesha kilimo kwa sababu ya bughudha za wanyamapori ilikuwa ni kama kutoroka kikaangio na kujitumbukiza kwenye ndimi za moto! Iliwabidi watafute suluhisho mara moja, la sivyo wangekufa kwa njaa.

Wahenga walisema, panapo wazee hapaharibiki neno. Wazee wa kijiji waliitisha mkutano wa dharura. Katika kikao hicho, majadiliano makali yalifanywa juu ya matatizo yaliyokuwa yakiwakumba. Ajenda kuu ilikuwa jinsi ya kukabiliana na mazimwi hatari. Wanakijiji hawakutaka kamwe kukata tamaa jinsi walivyofanya baada ya wanyama mwitu kuwashinda katika vita vya kuharibu mimea yao. Duru hii, walikuwa hawana chaguo. Kwa upande mmoja, kifo kilikuwa kinawatumbulia macho. Kwa upande mwingine, 'njaa ilikuwa inawasubiri. Suluhisho la dharura lilihitajika!

Mwishowe, ilipendekezwa kuwa mganga maarufu kijijini humo, Fundi Mangungu, awatengenezee wanakijiji wote hirizi ambazo wangevaa kila walipokwenda msituni kuwinda au kukusanya matunda.

Fundi Mangungu alikuwa na ujuzi mkubwa katika utengenezaji wa hirizi. Iliaminika hirizi hizi zingewasaidia wanakijiji wasionekane na mazimwi hasa walipokwenda msituni kufanya shughuli zao.Ilidaiwa kuwa zilikuwa na uwezo mkubwa wa kuyafanya mazimwi kuona giza kila walipomtazama yeyote aliyezivaa. Baada ya mkutano kumalizika, umati mkubwa wa wanakijiji uliandamana moja kwa moja hadi nyumbani kwa Fundi Mangungu kumpasha habari kuhusu uamuzi huo.

Kwa miaka na dahari ambayo mganga huyu alikuwa amejihusisha katika utengenezaji hirizi, alikuwa hajawahi kuwa na wateja wengi kama ilivyokuwa sasa. Hakupata hata nafasi ya kulala. Kutwa kucha alijihusisha na utengenezaji wa hirizi hizo ili kukidhi mahitaji makubwa ya chombo hicho miongoni mwa wanakijiji wenzake.

Kabla ya kupatiana hirizi, Fundi Mangungu alitaka malipo ya jogoo mweusi kama makaa au kuku mweupe kama theluji. Shughuli hiyo ilimfanya Fundi Mangungu kuwa na jogoo wengi weusi waliotapakaa kote. Walikuwa wengi kiasi kwamba mtu hangepata hata nafasi ya kutema mate. Kufumba na kufumbua, mganga aliyekuwa na uhaba mkubwa wa wateja sasa alijipata hana hata nafasi ya kulala. Kando na kutengeneza hirizi, mganga huyu hakuchelea kutoa maelekezo na masharti kwa wateja kuhusiana na matumizi ya chombo hicho.

"Mnafaa kuzivaa hirizi zenu shingoni au kiunoni kila mnapokwenda msituni. Mmesikia?" aliuliza kwa ukali.

"Ndio, tumesikia," wanakijiji walijibu.

"Mnafaa pia kuwashauri watoto wenu kukumbuka kuvaa hirizi zao kila mnapowatuma msituni, la sivyo watadhulumiwa na mazimwi. Nimeeleweka barabara kuhusiana na jambo hilo?" aliuliza tena huku amekodoa macho mekundu na ya kuogofya.

"Sisi sio viziwi," baadhi ya wanakijiji wakajibu kwa ujeuri.

"Vyema. Mkikiuka masharti hayo na mpate kudhuriwa, msije kusema kuwa sikuwaambia," mganga alikariri.

Hatua ya kuvaa hirizi miongoni mwa wanakijiji ilimaliza kabisa visa vya kushambuliwa na mazimwi msituni. Hata hivyo, inavyodaiwa kuwa kwenye soko hapakosi wazimu, kulikuwa na kisa kimoja au viwili hapa na pale ambapo mwanakijiji aliyekosa kuvaa hirizi yake kwa sababu ya kusahau alishambuliwa na hata kuuawa na mazimwi.

Katika jamii halisi, hawakosi wa kusahau. Hata na wagonjwa husahau kumeza dawa zao kulingana na masharti ya daktari. Fundi Mangungu hangeweza kulaumiwa kulipotokea visa kama hivyo. Yule ambaye hakujali kusikia la mkuu hakuwa na budi kuvunjika guu. Kila kulipotokea visa vya mazimwi kumshambulia mwanakijiji aliyekosa kuvaa hirizi yake, wengine walisikika wakinong'ona kwa utani kuwa, "asiyesikia la Mangungu, haepuki kushambuliwa na mazimwi." Utani huu ulisambaa kote kijijini kuwakumbusha kila mara hatari ya kukosa kuvaa hirizi. Kila wanakijiji walipokuwa na ziara ya msituni, ungesikia wakikumbushana, "Ukumbuke kuvaa 'ngao ya Mangungu'."

* * *

Lokinyangi na mkewe Arma hawakukata tamaa ya kupata watoto. Baada ya takriban miaka kumi na miwili tangu walipofunga ndoa, Arma alijaliwa kuwa mja mzito. Miezi tisa ilipomalizika, akajifungua mtoto wa kike.

Mtoto huyu alipatiwa jina Ame.

Ame alifungua kizazi cha bwana na bibi Lokinyangi. Dada zake lbi, Naa na Masagisa walifuatana kwa karibu. Masagisa ndiye aliyekuwa kitinda mimba.

Lokinyangi na mke wake walifurahi sana kuwapata watoto ambao walikuwa wamewakosa kwa miaka mingi. Sasa walihisi kuwa ndoa yao ilikuwa imekamilika. Wakaapa kuwa watawapenda watoto hao na kuwakimu ilivyopasa kwa kila hali na mali .Walikwenda kwa mganga yule maarufu kijijini, Fundi Mangungu, na kuwanunulia hirizi wana wao wanne.

Usiku mmoja, baada ya kujipatia chakula cha jioni, Lokinyangi na mke wake waliwakalisha kitako wana wao ili kuwapa ushauri kuhusu mazimwi katika msitu wa Mukogodo. Wazazi hawa, kama wazazi wengine katika kijiji hicho, waliwajibika kuwaelezea watoto wao kuhusu mazimwi katika msitu huo na maafa yaliyomfika yeyote ambaye alikosa kufuata maagizo ya uvaaji wa hirizi.

"Katika msitu huu wa Mukogodo ambao umepakana na kijiji chetu, kuna mazimwi," Lokinyangi alianza kusema huku mke wake na wanawe wakimsikiliza kwa makini.

''Mazimwi ni nini?'' Ame aliuliza.

"Ni viumbe wanaofanana sana na binadamu, isipokuwa ni wakubwa ajabu," Lokinyangi alimjibu mwanawe. "Ni weusi kama makaa, wana jicho moja, midomo miwili, mikia…"

"Umewahi kuwaona?" Masagisa aliuliza huku akimkata usemi baba yao.

"Ndio. Kila ninapokwenda msituni kuwinda, hukutana nao."

"Wamewahi kukudhuru?"Ibi naye aliuliza.

"Hapana. Huwa hawanioni kwa sababu ya kuvalia hirizi," Lokinyangi alisema huku akitoa mfukoni mwake kitu kilichofanana na mkufu na kuionyesha familia yake.

"Tumewanunulia kila mmoja wenu hirizi kutoka kwa mganga maarufu kijijini, Fundi Mangungu. Mtahitajika kuzivaa kila mnapokwenda karibu na msitu kutafuta kuni na hata kuchuma matunda," Arma aliwashauri wanawe huku akiwakabidhi hirizi zao.

"Ni kitu gani kitampata yule ambaye hatavaa hirizi yake?" Masagisa akauliza tena.

"Atatekwa nyara na mazimwi ambao watampeleka kwao, wampike na kumla," Lokinyangi alijibu huku akiwatazama wanawe ambao walikuwa wamevalia nyuso za woga.

Ingawa Lokinyangi na mkewe waliwapenda watoto wao wote, walionyesha kumpendelea kitinda mimba wao, Masagisa. Walimsifu kwa kila alilofanya. Mara kwa mara Ame, Ibi na Naa waliambiwa waige mfano wa kila alichofanya Masagisa. Kila kulipotokea kazi za nyumbani kama vile kufagia, kuosha vyombo, kwenda mtoni kuteka maji, au hata kutafuta kuni, Masagisa aliambiwa asishiriki katika kazi hizo.

Hali hii ilianza kumfanya Masagisa kuwa mtukutu. Alianza kuwadharau dada zake, akawa mwenye kiburi na mjeuri mkubwa. Akajiona kuwa mtoto bora zaidi katika familia.

Kila wakati kulipotokea kosa, ni Ame, Ibi na Naa pekee ndio walioadhibiwa. Masagisa alifurahi sana kila baba yao alipowaketisha chini ili kuwazomea.

"Nataka muwe watoto wazuri na watiifu alivyo Masagisa," Lokinyangi aliwashauri binti zake watatu.

Masagisa alifurahi na kuwachekelea dada zake hasa baada ya wazazi wao kumtaja hadharani kuwa mfano bora wa kuigwa.

Wazazi hawa hawakujua kuwa walikuwa wanapanda mbegu za uhasama mkubwa kati ya Masagisa na dada zake. Muda ulivyozidi kupita, ndivyo mbegu hizi zilivyoota na kuchipuka.

Ame, Ibi na Naa walianza kumchukia Masagisa. Wakawa wanambagua katika michezo yao ya kitoto. Hawakumruhusu kamwe aungane nao kufanya chochote.

2

Masagisa Apangiwa Njama

Siku moja, wazazi walipokuwa wameondoka nyumbani kwenda shughuli zao, Ame, Ibi na Naa walikamilisha kazi zao haraka kuliko ilivyokuwa siku zingine. Ame aliosha vyombo walivyotumia kula chakula cha jioni iliyopita. Alipomaliza,alimsaidia lbi kufagia ua wa nyumba yao. Hatimaye wote wawili walimsaidia Naa kuanika matandiko yake nje kwenye jua. Jua lilikuwa limeanza kuwa kali na punde si punde, matandiko hayo yangekauka tayari kurudishwa mahala pake.

Wakati huu wote, Masagisa alikuwa ameketi chini ya kivuli cha mti uliokuwa nje ya nyumba yao akicheza mchezo wa 'kupika'.

Baada ya kukamilisha kazi zao, Ame, lbi na Naa walikonyezeana macho. Wakajificha na kuondoka bila ya Masagisa kuwaona. Walikwenda moja kwa moja hadi nyuma ya kibanda cha kuku, umbali wa mita chache kutoka kwa nyumba yao, na kuanza kushauriana kwa sauti za chini.

"Hatuwezi kuvumilia kamwe ubaguzi huu. Masagisa amekuwa akipata kila sifa kutoka kwa baba na mama," Ame alisema.

"Sio hayo tu,sisi tunafanya kazi bali yeye anapumzika kama malkia," Ibi akaongezea.

"Mnakumbuka jinsi amekuwa akifurahi na kucheka ovyo kila baba anapotuketisha chini na kutushauri baada ya kufanya kosa? Yeye huwa hahusiki ndewe wala sikio katika ushauri huo. Kazi yake huwa ni kufurahi tu.... yeye hagombanishwi hata mara moja...kwani yeye ni malaika asiyekosa?" Naa akauliza kwa hasira.

"Ni lazima tumfunze adabu.'' Ame alisema huku wenzake wakikubaliana na kauli hiyo kwa kutingisha vichwa vyao.

"Tufanyeje sasa?" lbi aliuliza.

Wote wakanyamaza. Baada ya kitambo kidogo, Ame alisema: "Ah! Nina wazo."

"Lipi?" Ibi na Naa waliuliza kwa pamoja. "Tutawaambia mama na baba waturuhusu kwenda msituni kuchuma matunda huku tumeandamana na Masagisa. Tutakapopanda mtini, tutasema kuwa kila mtu atahitajika kuchuma matunda huku amefumba macho. Bila shaka Masagisa atafumba macho. Hatimaye sisi tutafumbua macho yetu na kujaza vikapu vyetu kwa matunda yaliyoiva. Kwa kuwa yeye atakuwa amefumba macho, kapu lake bila shaka litakuwa na matunda mengi mabichi. Papo hapo tutaambiana 'tufumbue' macho, ili tuone ni yupi aliye stadi wa kuchuma matunda mengi yaliyoiva..."

Kabla ya Ame kukamilisha usemi wake, Masagisa alitokezea. Wote wakanyamaza 'jii' na kutulia tulii kama maji mtungini. Walikonyezeana jicho halafu wakaanza kuondoka mahala hapo mmoja baada ya mwingine. Bila shaka walijawa matumaini kuwa mpango wao ungefua dafu.

* * *

Ame, Ibi na Naa walianza kumwepuka dada yao Masagisa jinsi anavyoepukwa mgonjwa wa ukoma. Uadui kati yao ulizidi kuongezeka kutwa kucha. Siku zilivyoendelea kusonga, ndivyo Masagisa naye alizidi kukumbwa na upweke kwa sababu ya kukosa wa kucheza naye.

Masagisa kamwe hakujua kuwa dada zake walikuwa wamemkalia kitako na kupanga njama 'kumfunza adabu'.

Kwa upande mwingine, wazazi wao hawakuwa na hata chembe ya habari kwamba mtindo na mazoea yao ya malezi vilikuwa vimezua ufa mkubwa kati ya wana wao wanne. Pengine wangalijua kuwa upendo wao kwa kitindamimba huyo ulikuwa unasababisha mvutano mkubwa, wangalichukua hatua ya kuziba ufa huohuo mara moja. Lakini kwa sababu ya kutojua, labda wangelazimika kujenga ukuta. Hawakukosa wahenga waliposema kuwa jambo usilolijua ni kama usiku wa kiza.

3

Njama Inafaulu

JUMAMOSI moja, Ame aliwaongoza dada zake, akiwemo Masagisa, kwenda katika msitu wa Mukogodo kwa lengo la kuchuma matunda. Wakati wasichana hawa walipoondoka nyumbani, wazazi wao hawakuwepo. Baba yao alikuwa ameondoka nyumbani alfajiri na mapema kwenda mawindoni. Mama naye alikuwa ameenda msituni kutafuta kuni.

Wote walibeba vikapu vyao na kuvalia hirizi zao shingoni isipokuwa Masagisa. Masagisa hakukumbuka kamwe onyo la baba yao kuhusu kukaribia na hata kuingia msitu wa Mukogodo bila kuvalia hirizi ya kujikinga kutokana na mazimwi. Dada zake hawakuhusika ndewe wala sikio katika kumkumbusha ili naye avae hirizi yake.

Wivu waliokuwa nao ulikuwa mwingi. Ilikuwa wazi kwamba hawakumtakia mema dada yao hata kidogo.

Baada ya kutembea kwa muda wa nusu saa, wasichana hawa walianza kuupenya msitu wa Mukogodo. Jua lilikuwa limewaka sana siku hiyo. Ndege waliruka kutoka mti mmoja na kutua kwenye mti mwingine, huku wakiimba kwa sauti nzuri kama kinanda. Ame, lbi, Naa na Masagisa walifuatana kama siafu huku kila mmoja amening'iniza kikapu chake mkononi. Ame ndiye aliyetangulia, akafuatiwa na lbi, halafu Naa na hatimaye Masagisa.

Katika kutembea kwao,waliangaza macho hapa na pale wakitafuta matunda. Muda si muda waliuona mpera mrefu uliokuwa na mapera yaliyoiva. Lakini kabla ya kuupanda ili kuanza shughuli yao kuchuma mapera, Ame alitoa maagizo kwa wenzake.

"Kila mtu atahitajika kufumba macho yake kabla ya kuanza kuchuma mapera," alisema Ame. "Tunataka tuone ni nani kati yetu mwenye uwezo mkubwa wa kuchuma mapera mengi mabivu bila ya kuona. Sawa?"

"Sawa," lbi, Naa na Masagisa walijibu kwa pamoja huku wakiandaa vikapu vyao, tayari kuvijaza kwa mapera.

Masagisa alipewa fursa ya kwanza kuupanda mpera, halafu akafuatiwa na dada zake.

"Tayari?" Ame aliuliza baada ya kila mmoja wao kuupanda mti.

''Tayari," wengine walijibu kwa pamoja. "Haya. Kila mtu na afumbe macho." Wote walifumba macho.

"Haya, tuanzeni kuchuma mapera sasa," Ame aliagiza.

Muda mfupi baada ya kufumba macho, Ame, lbi na Naa waliyafumbua yao na kuendelea na shughuli ya kuchuma mapera. Ole wake Masagisa! Hakujua kwamba alikuwa anachezewa shere. Ni yeye pekee aliyezingatia 'sheria' za kuchuma mapera. Dada zake waliasi.

Baada ya uchumaji wa nusu saa hivi, Ame, lbi na Naa walikonyezeana macho. Walivyosema wahenga, Waarabu wa Pemba hujuana kwa vilemba!

"Haya! Kila mtu afumbue macho yake," Ame aliamuru.

Wasichana wote waliitikia amri hiyo. Ame, lbi na Naa walijifanya kufumbua macho yao wakati huo huo na kutazama vikapuni mwao.

"Waaauuu!" walijifanya kuajabia ufanisi wao katika kuchuma mapera mengi yaliyoiva.

Maskini Masagisa! Alikuwa na mapera kama kumi hivi ambayo yalikuwa mabivu. Mengine yalikuwa mabichi. Dada zake walipoona hivyo, walimcheka huku wakishuka kutoka mtini haraka haraka tayari kurudi nyumbani.

Masagisa alijaribu kuwashawishi wamsubiri ili naye aweze kuchuma mapera mabivu lakini wapi!Ilikuwa ni kama kwamba dada zake walitia pamba kwenye masikio yao. Punde tu baada ya kushuka kutoka mtini, walishika njia na kwenda zao nyumbani moja kwa moja.

Masagisa alibaki mtini. Baada ya kumwaga mapera yale mabichi, alianza kuchuma upya mapera mabivu na kuyatia kikapuni. Kwa kuwa aliweza kuona mapera yaliyoiva , aliyachuma haraka na kujaza kikapu chake.

Hatimaye alianza kushuka kutoka mtini kwa haraka ili awafuate dada zake mbiombio kurudi nyumbani. Mara juhudi zake za kushuka kutoka mtini ziligeuka kitendawili kikubwa ambacho alishindwa kukitegua. Kila alipojaribu kushuka, mpera ule ulirefuka zaidi na zaidi. Mwanzoni, alifikiria kuwa alikuwa anaota. Alipojaribu kushuka tena, mti ule ulirefuka zaidi. Baada ya kujaribu mara tano mfululizo bila mafanikio, aligundua kuwa mpera ule ulikuwa umekuwa mrefu kiasi kwamba angeweza kuyagusa mawingu. Usemi wa wahenga kuwa kupanda mchongoma, kushuka ndio ngoma ulianza kumdhihirikia wazi Masagisa alipojipata katika hali hii.

Giza lilikuwa limeanza kuingia sasa. Masagisa aliingiwa na wasiwasi mkubwa. Alikiachilia kikapu chake kilichokuwa kimejaa mapera mabivu hadi pomoni. Kilianguka chini 'puu' ardhini kwa kishindo kikubwa kama radi, huku mapera yake yakimwagika na kutapakaa kotekote.

Kishindo hicho kilitatiza ukimya uliokuwa umeanza kutanda katika msitu ule huku ndege wakirejea katika viota vyao kwa mapumziko. Popo walikuwa wameanza kujitokeza kwa mawindo. Fisi walisikika kwa mbali wakiangua vicheko. Ndovu nao walikuwa wameanza misafara yao ya kuzunguka msituni.

"Nani huyo anagonga kichwa changu kwa mapera?" Masagisa alisikia sauti kubwa kama ya radi ikiuliza. Mwangwi wake ulifuatia kutoka kwa upande wa pili wa msitu huo. Masagisa alianza kutetemeka te te te kama kuti la mnazi. Alishikilia kwa nguvu utagaa wa mpera ule ili asianguke. Jasho jembamba lilimtoka kwenye kipaji cha uso. Akaanza kutiririkwa na machozi njia mbili mbili huku akipiga kite. Alijaribu kutazama chini aone ilikotoka sauti ile ya kutisha. Lakini hangeweza kuona kwa sababu blanketi la giza lilikuwa limefunika mahala pote na kuwa kweusi ti ti ti! Isitoshe, mti ule ulikuwa umejigeuza na kuwa mrefu mno hivi kwamba ardhi ilionekana kuwa mbali sana!

"Wacha kulia tafadhali, shuka polepole rafiki yangu. Niko tayari kukusaidia," ikasema sauti ile ya kutisha.

Masagisa alipata ujasiri wa kimiujiza. Akaanza kushuka tena kutoka mtini, polepole kama kinyonga. Huku akiendelea kushuka mpera ule ghafla ulijigeuza tena na kuwa mfupi kiasi kwamba Masagisa angeweza hata kuruka kutoka juu na kufika ardhini bila kuumia. 'Ajabu hii!' Masagisa aliwaza.

Punde tu baada ya kufika chini alishtukia akinyakuliwa mara moja jinsi mwewe anavyonyakua kifaranga cha kuku. Alifunua kinywa kupiga mayowe ya kuhitaji msaada lakini sauti haikumtoka. Blanketi zito la woga likamghubika tena gubi gubi. Damu ikamganda mishipani. Miguu yake ikalegea legelege kama mkufu. Akazimia na kupoteza fahamu.

4

Masagisa Aanza Kutafutwa

PUNDE tu baada ya kumuacha Masagisa msituni akichuma mapera, dada zake Ame, lbi na Naa walifululiza moja kwa moja hadi nyumbani. Wakiwa njiani waliapa kutomwambia yeyote kuhusu waliyomtendea Masagisa.

Walipofika saa moja unusu baadaye, walikuta wazazi wao hawajarejea nyumbani. Baba yao alikuwa angali msituni kwa shughuli ya mawindo ilihali mama yao alikuwa hajarejea kutoka msituni alikokwenda kutafuta kuni.

Jua lilikuwa linajiandaa kuzama katika upeo wa macho. Upepo ulivuma bila pupa. Miti na nyumba kijijini zilionekana kujiinamia kwa huzuni kama kwamba vilikuwa vinalaani vikali kitendo cha wasichana hawa dhidi ya dada yao mdogo.

Kwa kusherehekea 'ufanisi' wao katika 'kumfunza adabu' Masagisa, Ame aliwaongoza lbi na Naa katika shughuli ya ulaji wa mapera. Walitandika mkeka chini ya mti uliokuwa nje ya nyumba yao kisha wakayamwaga mapera yale mkekani. Mapera yakafanya kilima kidogo. Wakaketi kitako na kuyashambulia kwa kiu. Waliyala kwa fujo ungedhani wanashindana. Waliyala mapera, wakayala na kuyala. Mapera yalilika kwelikweli!

Wakiwa katikati ya ulaji wa mapera, wazazi wao walirejea nyumbani ghafla.

Baba yao, Lokinyangi, alikuwa amebeba kipande cha paja la swara ambaye yeye na wenzake walikuwa wamemkamata msituni. Mama yao, Arma, alijitwika kapu lililojaa ndizi zilizoiva.

Ame na dada zake wawili walikomesha mara moja shughuli ya ulaji wa mapera na kukimbia kuwalaki wazazi.

"Ame," baba aliita mara alipoketi juu ya gogo kubwa lililokuwa nje ya nyumba yao.

''Tuletee maji ya kunywa, tafadhali."

Ame aliingia jikoni na kurejea na maji kwenye chungu kidogo. Ibi alimfuata nyuma huku amebeba makopo mawili.

Moja alimpa baba yake, na jingine akampa mama yake ambaye alikuwa amesimama kando yake huku amejishika kiuno kwa sababu ya machovu. Ame alipiga goti moja chini huku ameteleka kile chungu chenye maji katika goti jingine. Aliwamiminia maji wazazi wake kwenye makopo, nao wakanywa kukata kiu waliyokuwa nayo.

Giza sasa lilikuwa limeanza kuingia. Ame na wenzake walirejea chini ya mti ule kuanua mapera yaliyosalia na kuyatia vikapuni. Walipokuwa katika hatua ya kusaidiana kuukunja mkeka waliokuwa wameukalia, waliisikia sauti ya baba yao ikiwaita. Waliacha kuukunja mkeka mara moja.

"Masagisa yuko wapi?" Lokinyangi aliuliza.

Kimya.

''Masagisa yuko wapi?'' baba aliuliza tena. "Nawauliza nyinyi....ke! Kwani mmegeuka viziwi?"

Hakuna aliyejibu, wote wakiangalia chini. Naa alifungua kinywa kutaka kusema kitu lakini Ame akamkodolea jicho kubwa kama la kondoo. Akabadili nia yake.

Mama yao alipoona kuwa kuna kimya , aliingilia kati suala hilo mara moja.

"Mtoto yuko wapi....eeh?" aliuliza kwa sauti iliyoonesha kukasirika.

"Ha..hatu..ju..hatujui," Ame, Ibi na Naa walijibu kwa kugugumia.

''Hamjui namna gani...? Mwawezaje kuketi mkila mapera siku nzima bila kujali aliko mtoto?" mama yao aliuliza kwa hamaki.

Kimya kilitanda tena.

Lokinyangi aliwaangalia Ame, Ibi na Naa huku midomo yake ikitetemeka kwa hasira. Alizungukazunguka kwa wasiwasi kama afanyavyo kuku mwenye vifaranga baada ya kumwona mwewe.

"Masagisa yuko wapi?" aliuliza tena akiwa ametuliza hasira zake. Alijua kwamba hasira huwa hasara.

Naa alishindwa kuvumilia hali hiyo. Macho yake yalilengwalengwa na machozi, kamasi likaanza kumdondoka kutoka puani. Alipoona kuwa maji yanazidi unga, aliamua kutoboa siri huku akijipanguza kamasi kwa kiganja cha mkono wake wa kulia. Ame alijaribu kumkonyezea jicho kumuonya asifanye hivyo, lakini juhudi zake ziliambulia patupu mara hii.

"Hima mume wangu," Arma alimwambia Lokinyangi. "Sasa si wakati wa kuamua yaliyotokea kwa kuwagombeza watoto hawa wakatili. Sasa ni wakati wa vitendo ili tuokoe maisha ya mwanetu."

Bila kupoteza wakati, mipango ilifanywa mara moja kuupenya msitu wa Mukogodo kumtafuta Masagisa. Wazee kwa vijana walibeba mikuki, pinde na mishale yenye sumu, visu vya Kisomali na panga zenye makali. Walichukua kurunzi kadhaa na kuondoka mara moja kwenda kumtafuta Masagisa.

Usalama wa Masagisa ulihofiwa mno kwa sababu iligunduliwa kuwa hakuwa amevalia hirizi yake ya kumlinda asidhuriwe na mazimwi. Ilipatikana imening'inizwa ukutani mwa chumba alimokuwa analala.

Watu walioshiriki katika shughuli ya kumtafuta Masagisa walijigawa katika makundi manne. Kundi la kwanza lilianza kuupenya msitu wa Mukogodo kutoka mashariki. Kundi la pili liliingilia upande wa magharibi, nalo la tatu likaanza kumtafuta Masagisa kuanzia kusini. Kundi la mwisho lilianzia upande wa kaskazini. Waliafikiana kukutana katikati mwa msitu huo.

Baba yake Masagisa alikuwa katika kundi lililoanza kuupenya msitu huo kuanzia upande wa mashariki. Kama vile wasasi wenzake, alibeba pinde na mishale iliyotiwa sumu kali tayari kupambana na mazimwi yakitokea.

Dalili ya mvua ni mawingu. Ame, lbi na Naa walipoona jinsi kitendo chao kilivyogeuka kuwa tatizo la kijiji kizima, walianza kujuta.

"Unyama gani huu tumemtendea dada yetu?" Ame aliwaza.

"Huenda tusiwahi kumwona dada yetu Masagisa akiwa angali hai tena," Naa alilia kimoyomoyo huku machozi yakimdondoka.

Ibi kwa upande wake aliduwaa. Mate yalimkauka kinywani. Hakujua kwamba njama yao ya 'kumfunza adabu' dada yao kwa sababu ya kumwonea gere ingegeuka msiba mkubwa uliotishia kuangamiza maisha ya dada yao mdogo.

5

Zimwi Mbilikimo

FAHAMU zilipomrudia Masagisa, alifungua macho na kujipata mahala pageni. Alihisi baridi kubwa, kama mtu aliyewekwa ndani ya jokofu. Karibu mwili wake wote ulikuwa umekufa ganzi. Alisimama mara moja huku akijaribu kukumbuka jinsi alivyofika mahala hapo. Katika uchunguzi wake, aligundua kuwa alikuwa ndani ya pango.

Alipoangaza macho yake hapa na pale, aliona moshi ukitoka pembe moja ya pango lile. Alijua panapo moshi hapakosi moto. Kutokana na baridi kali iliyokuwa imepenya hadi kwenye mifupa na kumfanya kutetemeka, alikwenda moja kwa moja hadi mahala pale palipokuwa na moshi. Akachukua kibanzi cha ukuni kilichokuwa sakafuni na kuvuruga mlima wa jivu lililokuwa katika chanzo cha moshi aliouona.

'Ah! Bila shaka kuna moto,' aliwaza huku akitafuta mahala pa kukaa angalau ajipashe joto na kufukuzilia mbali baridi iliyokuwa inamtafuna.

Atafutaye hachoki, akichoka keshapata. Katika tafutatafuta zake, aliona kitu kama gogo umbali wa nusu mita hivi kutoka kwa mlima ule wa jivu. Alijibweteka bwete mara moja katika gogo hilo ili ajipashe joto.

Mara alihisi 'gogo' hilo likisonga. Alisimama na kuligeukia. Mara ajabu ya pili ilitokea.

"Ala! Kumbe ni wewe unayenikalia?" sauti kubwa kama ya radi iliuliza.

Masagisa aliikumbuka sauti hiyo. Alikuwa ameisikia mapema. Alikumbuka mara moja jinsi alivyoachwa msituni na dada zake. Woga ukamvaa tena. Akawa ameduwaa na kukodoa macho. Alitaka kutimua mbio lakini nguvu zilikuwa zimemwisha. Mbali na kuhisi baridi kali, alikuwa na njaa kubwa. Alikuwa hajala kwa muda wa saa kumi na moja hivi.

Ghafla, 'gogo' lile liliinuka. Masagisa alishangaa kuona kumesimama mbele yake kiumbe mfupi kama mbilikimo, mwenye jicho moja katika kipaji cha uso, midomo miwili na mwili uliofunikwa na msitu wa nywele kama za sokwe.

Kutokana na woga mwingi aliokuwa nao, Masagisa alibaki amepigwa na butwaa chakari, huku kamkazia macho kiumbe huyo.

Kiumbe huyo naye alimkazia macho Masagisa. Walikaziana macho bila kusema chochote. Kulikuwa na ukimya wa aina yake, hadi kiumbe yule alipofunua vinywa vyake na kuuliza kwa sauti ile yenye kishindo cha radi: "Unaitwa nani?"

"Ma..maa...ssagisa,"Masagisa alijibu kwa sauti iliyojaa hofu.

"Usitie shaka mrembo. Sitakudhuru," kiumbe yule akasema kwa sauti kubwa lakini yenye ushawishi. "Karibu kwenye ulimwengu wa mazimwi. Tangu mlipoanza kuvaa hirizi, hamuonekani sana siku hizi. Hirizi hutia macho yetu kiwi hivi kwamba hatuwezi kuwaona. Sisi huona giza tu tunapokutana na binadamu aliyevaa hirizi. Kwa kuwa wewe hukuvalia yako, niliweza kukuona ukiwa juu ya mpera," kiumbe yule aliongeza kwa sauti ya kutisha huku akimkaribia Masagisa.

Moyo wa Masagisa ulikuwa ukipiga kwa kasi kama kwamba ulitaka kupasua kifua chake na kutoroka. Damu ilimkimbia mishipani. Akahisi kama kwamba alikuwa anaota ndoto ya kutisha. Hakuamini yaliyokuwa yanamkumba.

''Mbona dada zangu wananitendea unyama huu?'' alijiuliza kimoyomoyo. "Nimewakosea vipi kustahili mateso kama haya? Mbona wazazi wangu hawaji kuniokoa kutoka kwa shida hii?" Hakuweza kupata majibu kwa maswali yake.

Baada ya shtuko la kwanza kupita, Masagisa alijitia ujasiri. Akakoma kulia. Akajipanguza machozi yaliyokuwa yanambubujika bubujububuju kama maji ya mito ya milimani. Akafungua kinywa kumuuliza maswali kiumbe yule.

"Je, wewe ni nani?" "Mimi ni zimwi," kiumbe alijibu.' Wenzangu huniita Zimwi-Mbilikimo."

Masagisa aliposikia neno zimwi limetajwa, alikumbuka maelezo ya baba yake kuhusu viumbe hao "......ni viumbe wanaofanana sana na binadamu, isipokuwa ni wakubwa ajabu. Ni weusi kama makaa, wana jicho moja, midomo miwili, mikia..." baba yake alikuwa amesema.

Huku hofu ikiendelea kumvaa, Masagisa alilikazia macho zimwi lile na kulikagua kwa uangalifu mkubwa kutoka utosini hadi wayoni. Alitaka kuhakikisha iwapo maelezo ya baba yake yalikuwa sahihi.

Usoni, kiumbe huyo wa kutisha alikuwa na jicho moja kubwa jekundu kama kaa la moto wa seredani. Zimwi hilo pia lilikuwa na midomo miwili mikubwa yenye meno manne makubwa yaliyotokezea kama ya nguruwe mwitu. Tofauti ya pekee kuhusu maumbile ya zimwi kulingana na maelezo ya babake ilikuwa ni moja tu. Zimwi hili lilikuwa mbilikimo.

Masagisa aliteremsha macho na kukagua mikono na miguu ya zimwi. Ilikuwa na kucha ndefu. Aidha lilikuwa na mkia mkubwa kama wa mamba ambao liliutikisa kushoto-kulia-juu-chini.

Kichwani, lilikuwa na nywele ambazo zilikuwa hazijawahi kuona kichanuo maishani. Nywele hizo zilikuwa zimesokotasokota vidude mithili ya manyoya ya kondoo. Umbo lake lilikuwa kimo cha binadamu wawili wazima, tofauti na wengine waliokuwa na vimo vya binadamu kadhaa pamoja. Lilikuwa fupi kama mbilikimo. Hii pengine ndiyo sababu ya kuitwa Zimwi-Mbilikimo!

Kwa wakati huu wote Zimwi-Mbilikimo lilikuwa limemkazia macho Masagisa. Ghafla bin vuu, lilisimama huku likijikung'uta majivu. Lilijinyosha viungo na kwenda miayo huku limepanua midomo yake mikubwa kama ya mamba. Meno yake makubwa yalitisha sana.

Masagisa kuona hivyo, miguu ilianza kumtetema na magoti kugongana. Alijitahidi kujikaza lakini wapi!

Midomo nayo ilijiunga katika densi hiyo. Ilimchezacheza ovyo huku kijasho chembamba kikimng'aa usoni. Baridi ikatoweka mara moja.

"Usitie shaka Masagisa. Hakuna wa kukudhuru," Zimwi-Mbilikimo alimhakikishia mgeni wake. Masagisa kamwe hakuamini maneno ya zimwi hilo. "Ninaishi peke yangu katika pango hili. Familia yangu inaishi ng'ambo nyingine ya msitu huu," Zimwi-Mbilikimo aliendelea kusema. ''Mimi huwatembelea mara mbili kwa mwaka, hasa baada ya kumnasa binadamu ambaye ni kitoweo chetu.''

Maneno ya zimwi yalimzidishia hofu Masagisa. Akawa amekauka kama mpingo. 'Mbona dada zangu wananitendea haya?' alijiuliza tena huku machozi yakimtiririka upya. Akainua ncha ya nguo yake na kuanza kujipanguza.

"Acha kulia, Masagisa. Mradi nimekupata, tutaandamana nawe unyounyo hadi ng'ambo ya pili ya msitu huu ili uweze kukutana na jamaa zangu. Nina watoto rika yako mtakaocheza nao," zimwi likamwambia huku likimshika mkono.

Masagisa na Zimwi-Mbilikimo walitembea bega kwa bega na kutoka nje ya pango lile. Jua lilikuwa limeanza kuchomoza kutoka upande wa Mashariki. Lilifanya vivuli vyao na miti katika msitu ule kuonekana virefu. Hata chake Zimwi-Mbilikimo kilionekana kuwa kirefu kama zimwi.

6

Zimwi Mgogoni

BAADA ya kutembea kwa muda mrefu, zimwi lilianza kuchoka. Hatua zake za chapuchapu ziligeuka na kuwa za polepole kama za kobe. Mara kwa mara, Masagisa alijipata ameliacha nyuma zimwi hilo hatua kadha.

Ni katika hali hiyo ya uchovu ndipo Masagisa alipiga moyo konde na kuamua kutoroka. Alipogundua kuwa ameliacha zimwi umbali wa mita hamsini hivi, alichapusha mwendo ingawa hakujua alikokuwa anaelekea.

Alipogundua kuwa pengo la umbali kati yake na Zimwi-Mbilikimo lilikuwa linazidi kuongezeka, alizidisha hatua. Akawa nusu anatembea na nusu kukimbia. Ghafla, aligundua kuwa zimwi haliko nyuma yake. Akakata kona na kufuata kijia chembamba upande wa kushoto.

Alitazama nyuma. Akawa sasa hamwoni tena Zimwi-Mbilikimo. Akaanza kukimbia kadiri ya uwezo wake bila kujua kwa hakika hatima ya mbio zake.

Walivyosema wahenga, mbio za sakafuni huishia ukingoni. Masagisa alifikiri kwamba amejinasua kutoka kwa 'adui' wake Zimwi Mbilikimo. Alipogeuka na kuangalia nyuma, alishtuka kuliona zimwi likimuandama kivumbi. Hakuamini macho yake!

"Kumbe unajaribu kutoroka?" liliuliza huku likitabasamu.

"Hapana, nilikuwa nanyosha miguu,"

Masagisa alijibu huku anatia tabasamu bandia katika midomo yake.

"Kwa kuwa nimegundua ujanja wako, utalazimika kunibeba mgongoni," zimwi lilisema.

''Nitawezaje kukubeba wewe?" Masagisa aliuliza huku akikohoa kwa kuishiwa na pumzi.

"Mimi si mzito unavyofikiria," zimwi lilijibu.

Huku Masagisa akiendelea kuwazia maneno ya zimwi, alikuta zimwi limerukia mgongoni pake·na kukwamilia huko kama konokono anavyokwamilia mti. Aligundua kuwa zimwi hilo halikuwa zito alivyofikiria. Badala ya kuwa zito kama nanga, lilikuwa jepesi kama unyoya.

Masagisa alianza mwendo huku akielekezwa na zimwi lililokuwa limebarizi mgongoni. Sasa alikuwa katekwa nyara kweli. Alikuwa kama karagosi wa Zimwi Mbilikimo.

Wakati wa mafunguliang'ombe hivi, jua lilianza kuwa tamu. Masagisa alikuwa sasa kiguu na njia huku 'mzigo' wake umetulia tuli mgongoni. Baada ya kutembea masafa marefu, alianza kuchoka. Alijihisi kuwa mwenye ukiwa, hali iliyomfanya aanze kuimba wimbo huu:

Masagisa miye maskini

Dada zangu hawana imani

Mwituni kaniachiani?

'Metekwa nyara mperani

Moyoni sina amani

Zimwi liko mgongoni

Laonyesha majinuni

Niokoeni jamani

Jua la asubuhi lenye joto zuri na wimbo mtamu uliomibwa na Masagisa vililifanya zimwi kuanza kunyemelewa na usingizi. Muda si muda, Zimwi-Mbilikimo likawa limelala fo fo fo. Huku koo lake likitoa sauti ya krooo...krooo...krooo kama vyura. Miangwi ya wimbo wa Masagisa na mikoromo ya kutisha ya Zimwi-Mbilikimo ilisikika kote msituni. Masagisa aliendelea kuimba huku akitembea kwa hatua aste aste.

Mara moja au mbili hivi, Zimwi-Mbilikimo lilizinduka kutoka kwenye usingizi wake wa mang'amumang'amu na kumuuliza Masagisa, "Unasema nini?"

"Ninasema kuwa tukifika mtoni, tutakunywa maji ili tukate kiu," Masagisa alidanganya.

* * *

Makundi manne yaliyotoka kijijini kuja msituni kumtafuta Masagisa yalikuwa yamefika katikati mwa msitu wa Mukogodo. Kundi lililokuwa likiongozwa na baba yake Masagisa lilisikia wimbo wake wa kuhitaji msaada kwa mbali.

Walifanya mpango wa kulishambulia zimwi lililokuwa mgongoni mwa Masagisa bila kumdhuru yeye. Kwa vile kila mtu alikuwa amevalia hirizi, zimwi halingeweza kuwaona.

Huku wakiongozwa na Lokinyangi, baba yake Masagisa, wawindaji hodari wa Nabukenge walilinyemelea zimwi na kulivizia. Baba yake Masagisa aliweka mshale uliotiwa sumu katika uta wake na kulifuma zimwi kutoka nyuma. Mara Zimwi-Mbilikimo likagutuka kutoka usingizini.

"Masagisa, kitu kimenichoma mgongoni," Zimwi-Mbilikimo lilisema huku likitingisha kichwa chake kilichojaa usingizi'.

"Pengine ni nyuki," Masagisa akajibu. Baba yake Masagisa aliachilia mshale wa pili, wa tatu na wa nne huku Zimwi-Mbilikimo likiendelea kulalamika. Hatimaye Lokinyangi alilichoma mkuki zimwi lile. Likaanguka chini puu! kutoka mgongoni pa Masagisa.

Kufumba na kufumbua, Masagisa alinyakuliwa juu juu na makundi ya wanakijiji waliojawa furaha. Walimvalisha hirizi yake mara moja ili asiweze kuonekana endapo mazimwi yangeanza vita vya kulipiza kisasi kufuatia kuuawa kwa Zimwi-Mbilikimo.

7

Masagisa awasamehe dada zake

ALASIRI ilipofika, Ujumbe uliokwenda katika msitu wa Mukogodo kumuokoa Masagisa uliwasili kijijini Nabukenge kwa kishindo. Anga ilikuwa angavu kama kwamba ilijumuika na wanakijiji kufurahia kunusurika kifo kwa Masagisa.

Waliofurahi zaidi ni Ame, Ibi na Naa. Hawakuamini walipomwona dada yao akiwa hai. Walikimbia na kumkumbatia huku wakitiririkwa na machozi ya furaha.

Masagisa alionekana mchovu. Mama yake ambaye pia alikuwa mwenye furaha kama kibogoyo aliyetunukiwa jino alimwogesha na hatimaye kumpeleka kitandani apumzike.

Siku iliyofuata, saa kumi na robo hivi, Lokinyangi alipuliza mbiu ya mgambo kuwaalika wanakijiji wote kwenye karamu nyumbani kwake kusherehekea ushindi dhidi ya mazimwi. Njia zote katika kijiji cha Nabukenge zilielekea kwa kina Masagisa.

Vyakula murua viliandaliwa usiku huo nao wanakijiji wakasherehekea kwa kula na kunywa. Mganga maarufu Fundi Mangungu pia hakuachwa nyuma. Alifika kwenye karamu hii kusisitizia wanakijiji wenzake umuhimu wa kuvaa hirizi kila mara.

* * *

Masagisa alipewa fursa ya kusimulia masaibu yaliyomsibu katika ulimwengu wa mazimwi. Hakuonekana mwenye hofu. Kila mtu alimpa heko kwa kuwa msichana jasiri.

Kilele cha sherehe kilifika pale ambapo dada zake, Ame, Ibi, na Naa walipomtaka Masagisa awasamehe kwa maovu waliyomtendea. Aliwasamehe mara moja, wakasalimiana na kukumbatiana mbele ya wanakijiji. Wazazi nao hawakuachwa nyuma. Arma na Lokinyangi walikiri kwamba malezi yao ya ubaguzi ndiyo yaliyozua chuki miongoni mwa wana wao. Wakaahidi mbele ya wanakijiji kwamba wangewapenda wana wao sawa bin sawa - bila kumpendelea wala kumbagua yeyote.

Tokea siku hiyo, familia ya Lokinyangi iliishi maisha
ya upendo, kila mtu akimjali mwenzake.

www.ingramcontent.com/pod-product-compliance
Lightning Source LLC
Chambersburg PA
CBHW072216060526
44654CB00047B/1511